જંગલમાં ચાલતાં ચાલતાં

Walking through
the Jungle

Mantra Lingua
Global House
303 Ballards Lane
London N12 8NP
www.mantralingua.com

જંગલમાં ચાલતાં ચાલતાં

Walking through the Jungle

Illustrated by Debbie Harter

Gujarati translation by Bhadra Patel

જંગલમાં ચાલતાં ચાલતાં,

Walking through the jungle,

તમને શું દેખાય છે?

What do you see?

I think I see a lion, chasing after me.

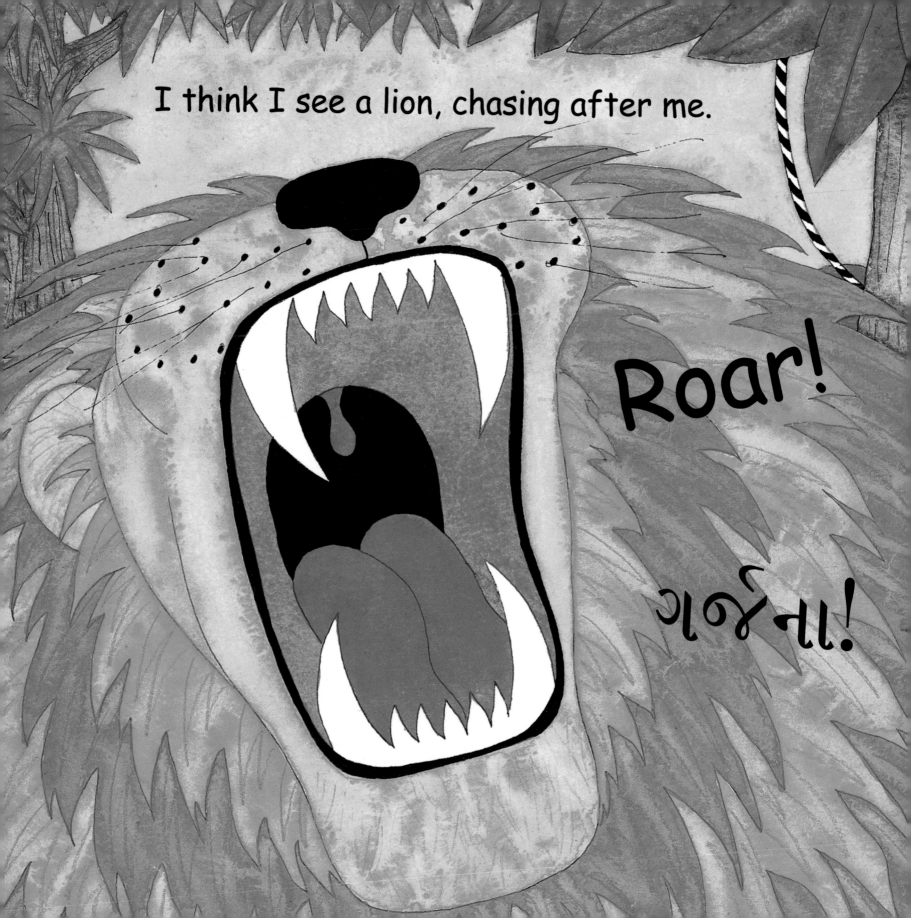

મને લાગે છે કે એક સિંહ,
મારી પાછળ દોડતો આવતો દેખાય છે.

દરિયાની સપાટી પર તરતાં તરતાં,

Floating on the ocean,

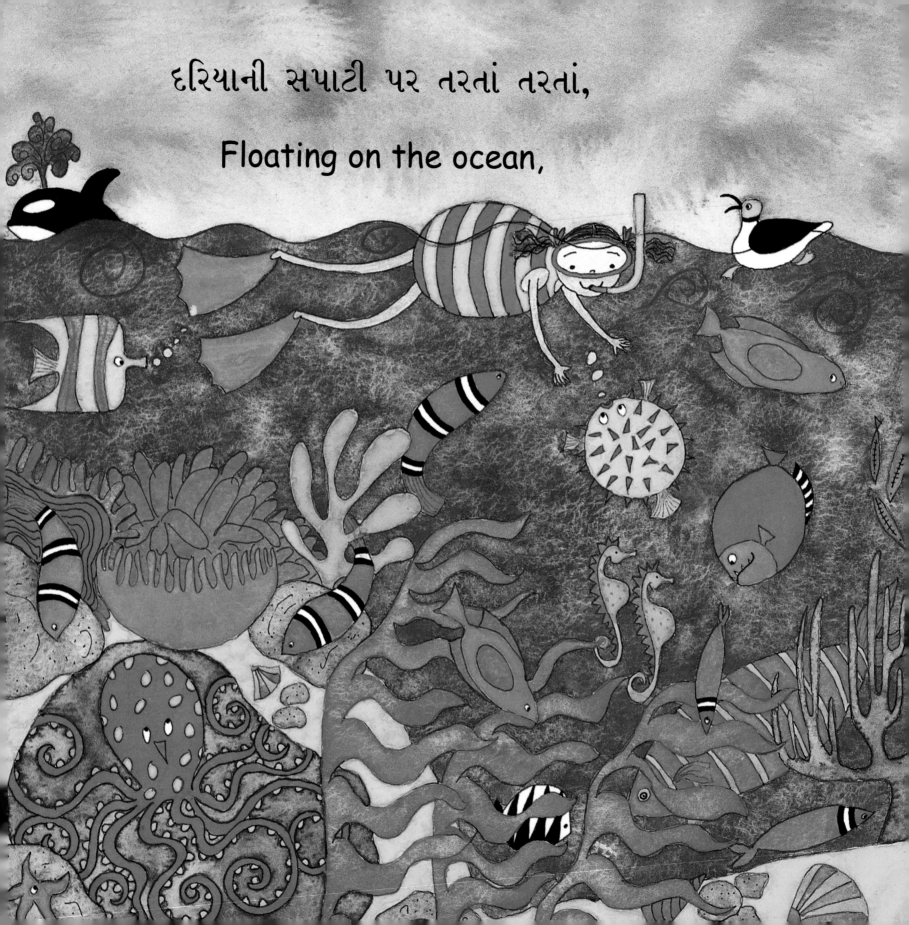

તમને શું દેખાય છે?

What do you see?

I think I see a whale, chasing after me.

Whoosh!

વ્હૂ...શા!

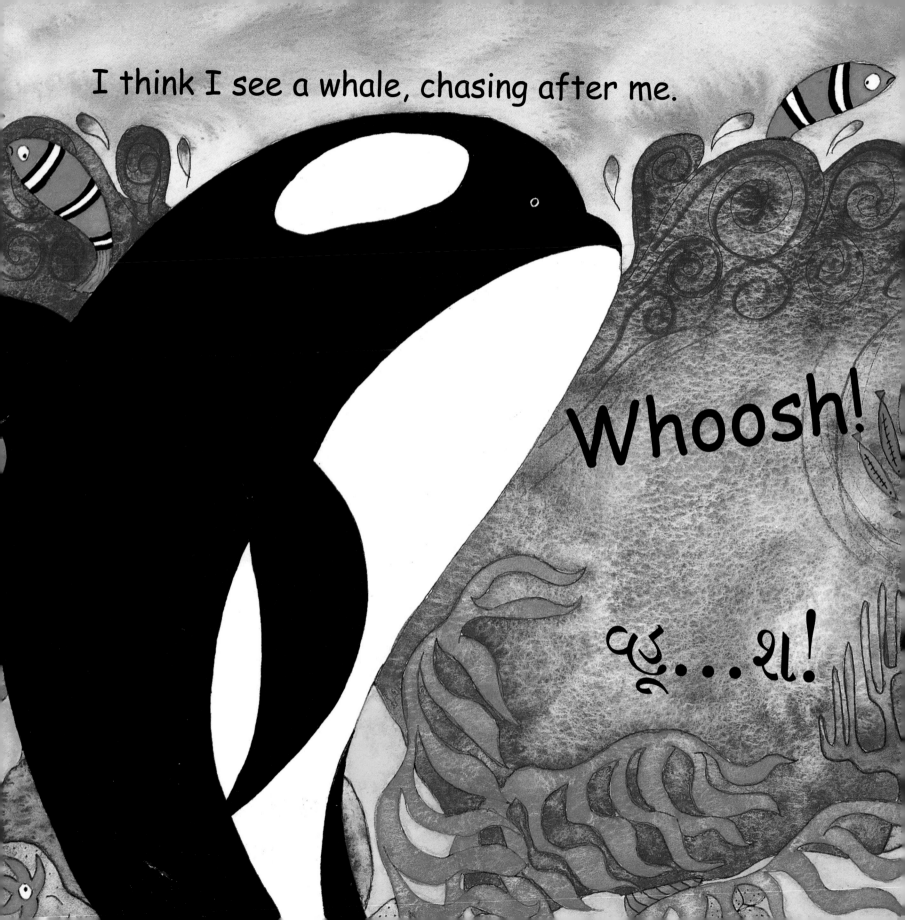

મને લાગે છે કે એક વહેલમચ્છ,
મારી પાછળ તરતી આવતી દેખાય છે.

પર્વતો ચડતાં ચડતાં,

Climbing in the mountains,

તમને શું દેખાય છે?

What do you see?

I think I see a wolf, chasing after me.

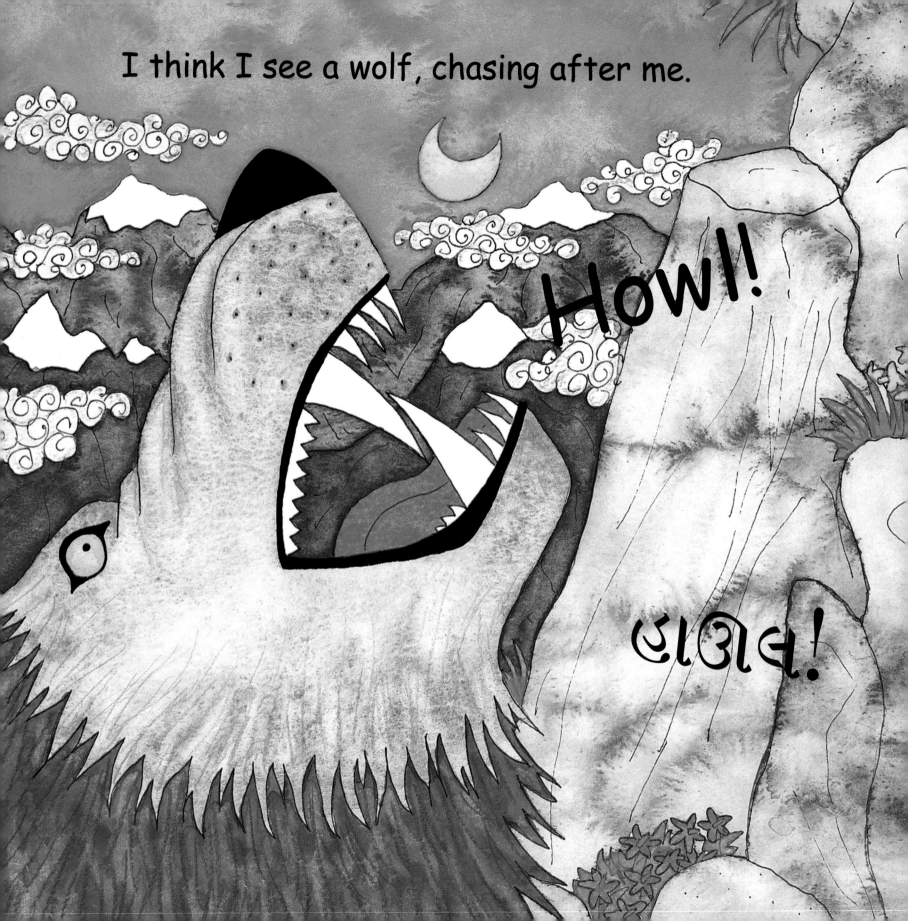

મને લાગે છે કે એક વરુ,
મારી પાછળ દોડતો આવતો દેખાય છે.

નદીમાં તરતાં તરતાં,

Swimming in the river,

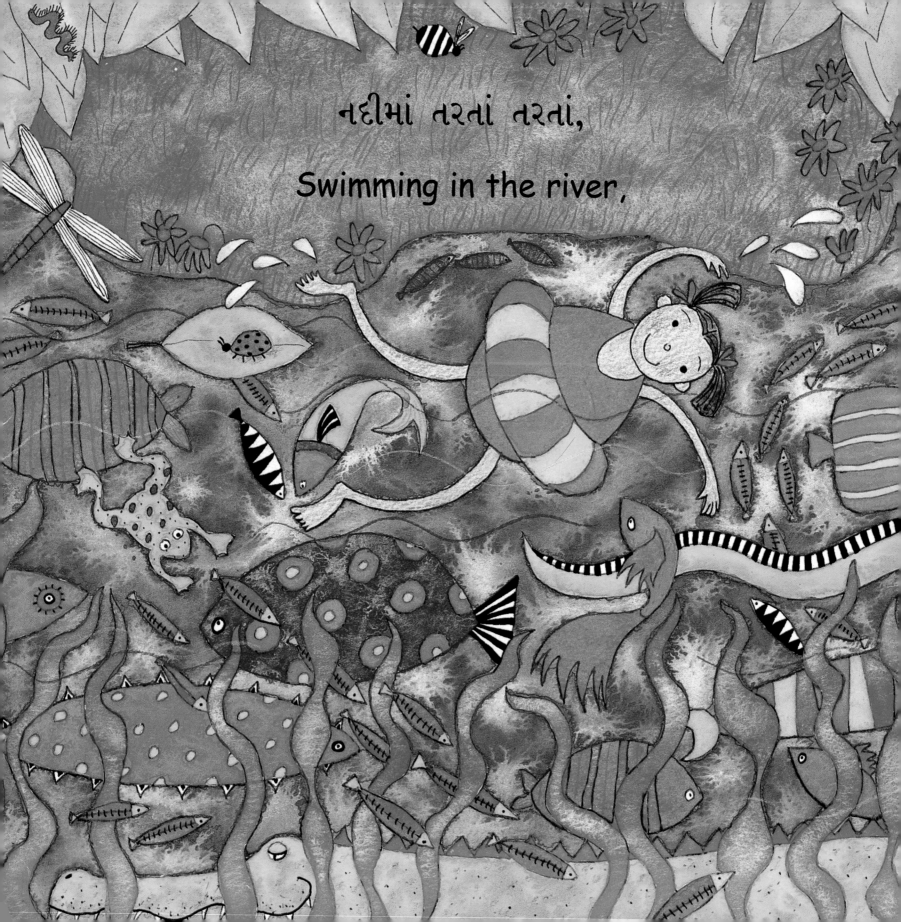

તમને શું દેખાય છે?

What do you see?

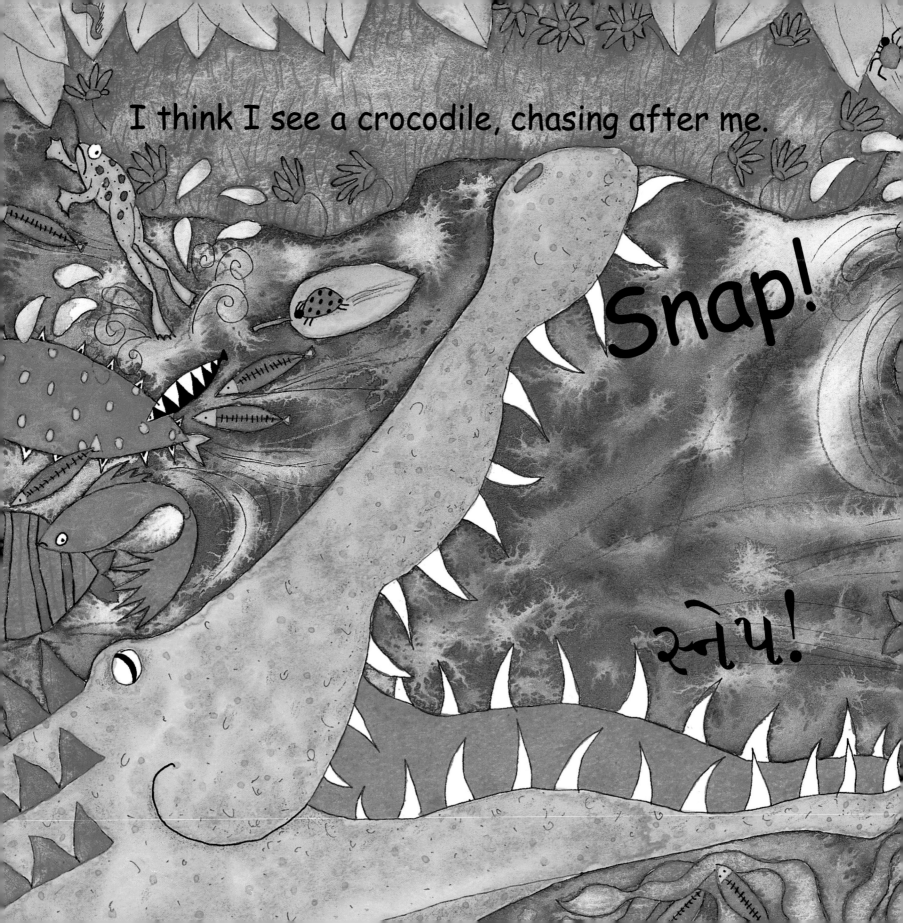

I think I see a crocodile, chasing after me.

Snap!

સ્નેપ!

મને લાગે છે કે એક મગરમચ્છ,
મારી પાછળ તરતો આવતો દેખાય છે.

રણમાં ચાલતાં ચાલતાં,

Trekking in the desert,

તમને શું દેખાય છે?

What do you see?

I think I see a snake, chasing after me.

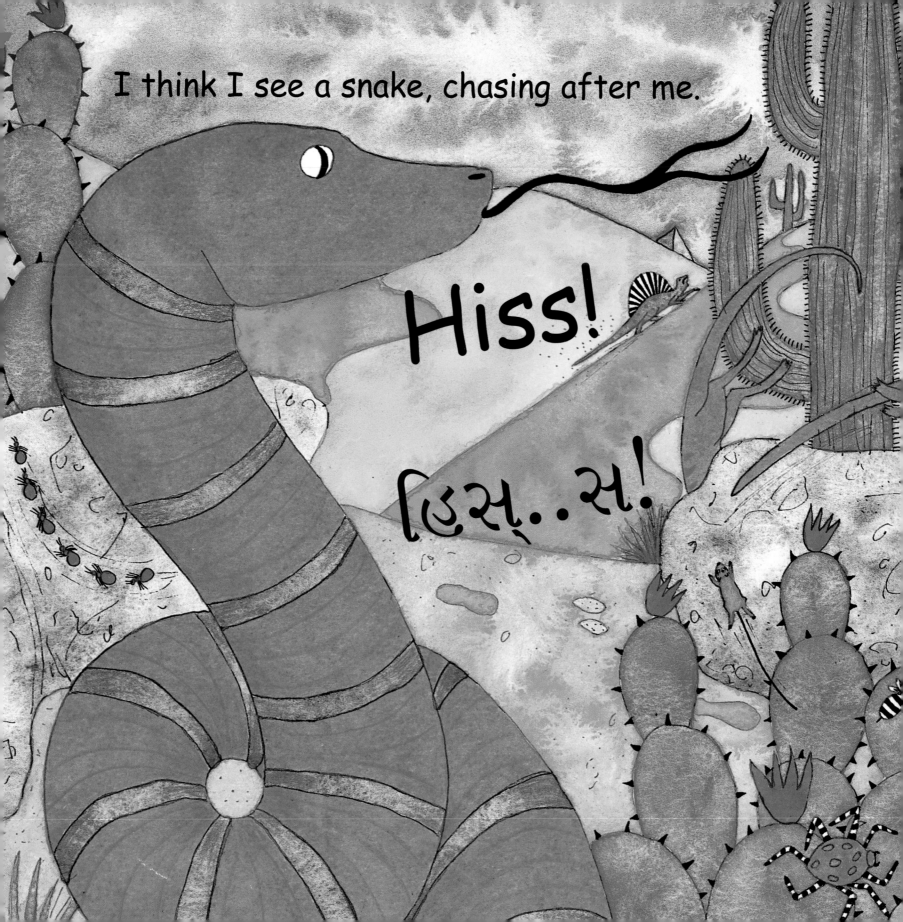

મને લાગે છે કે એક સાપ,
મારી પાછળ સરકતો આવતો દેખાય છે.

આઈસબર્ગ પર સરકતાં સરકતાં,

Slipping on the iceberg,

તમને શું દેખાય છે?

What do you see?

I think I see a polar bear,
chasing after me.

Growl!

ગ્રાઉલ!

મને લાગે છે કે એક 'પોલર બેર',
મારી પાછળ દોડતો આવતો દેખાય છે.

સાંજે જમવા માટે ઘર તરફ દોડતાં દોડતાં,

Running home for supper,

તું ક્યાં ગઈ હતી?

Where have you been?

હું આખી દુનિયા ફરીને પાછી આવી છું,

I've been around the world and back,

અને તમે ખ્યાલ કરો કે મેં શું શું જોયું હશે.

And guess what I have seen.